mantra lingua

નિતા રોકી સાથે દડાથી રમતી હતી.

“પકડ!” તેણે બૂમ પાડી કહ્યું. રોકી કૂદ્યો, પણ દડો પકડાયો નહીં અને તે પાર્કની બહાર રસ્તા પર દડાની પાછળ દોડ્યો.

“ઊભો રહે! રોકી! ઊભો રહે!” નિતાએ બૂમ પાડી.

નિતા રોકીને પકડવાની કોશિશમાં એટલી મશગૂલ હતી કે તેણે જોઈ નહીં...

Nita was playing ball with Rocky. “Catch!” she shouted. Rocky jumped, missed and ran after the ball, out of the park and into the road. “STOP! ROCKY! STOP!” Nita shouted. She was so busy trying to catch Rocky that she didn’t see...

કાર.

the CAR.

ડ્રાઈવરે જોરથી બ્રેક મારી. સ્ક્રીચ! પણ તે મોડો પડ્યો! થડ! કાર નિતા સાથે અથડાઈ અને તે ગભરાઈ જવાય એવા અવાજ સાથે જમીન પર પટકાઈ.

The driver slammed on the brakes. SCREECH! But it was too late! THUD! The car hit Nita and she fell to the ground with a sickening CRUNCH.

"નિતા!" માએ નિતાને પકડી તેના માથા પર હાથ ફેરવતાં મોટેથી કહ્યું.

"કોઈ એમ્બ્યૂલન્સને બોલાવો!"

ડ્રાઈવરે એમ્બ્યૂલન્સને બોલાવવા નંબર જોડ્યો.

દડદડ વહેતાં આંસુ સાથે નિતા બોલી, "મા, મારો પગ બહુ દુ:ખે છે."

"હું જાણું છું કે તને દુ:ખે છે, પણ ખસવાની કોશિશ કરતી નહીં,"

માએ કહ્યું. "હમણાં જ મદદ આવી પહોંચશે."

"NITA!" Ma screamed. "Someone call an ambulance!" she shouted, stroking Nita's hair and holding her.
The driver dialled for an ambulance.
"Ma, my leg hurts," cried Nita, big tears rolling down her face.
"I know it hurts, but try not to move," said Ma. "Help will be here soon."

RAMEDIC AMBULANCE
Surrey and Sussex NHS
AMBU
KEEP

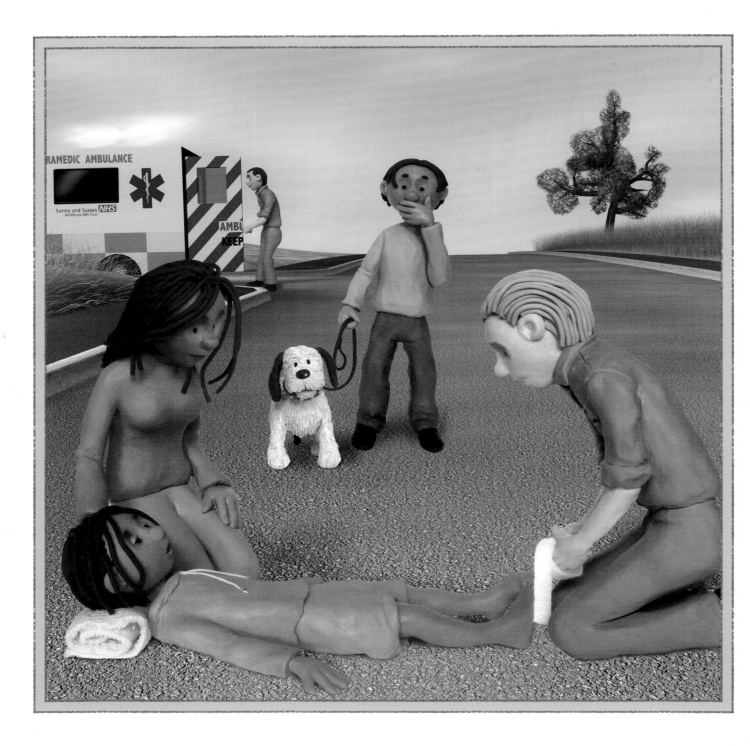

એમ્બ્યૂલન્સ આવી પહોંચી અને બે પેરામેડિક્સ સ્ટ્રેચર સાથે બહાર નીકળ્યા.
"હલ્લો, હું જ્હોન છું. તારો પગ ખૂબ સોજી ગયો છે. કદાચ ભાંગ્યો પણ હોય,"
એકે કહ્યું. "હલનચલન રોકવા માટે હું તારા પગ પર પાટિયા બાંધીશ."
નિતાએ તેનો હોઠ કરડ્યો. તેનો પગ ખરેખર બહુ જ દુ:ખતો હતો.
"તું બહુ હિંમતવાળી છોકરી છો," કાળજીથી સ્ટ્રેચર પર તેને એમ્બ્યૂલન્સ તરફ
લઈ જતાં જ્હોને કહ્યું. મા પણ અંદર બેઠી.

The ambulance arrived and two paramedics came with a stretcher.
"Hello, I'm John. Your leg's very swollen. It might be broken," he said. "I'm just going to put these splints on to stop it from moving."
Nita bit her lip. The leg was really hurting.
"You're a brave girl," he said, carrying her gently on the stretcher to the ambulance. Ma climbed in too.

માનો હાથ જોરથી પકડીને નિતા સ્ટ્રેચર પર પડી રહી, અને એમ્બ્યૂલન્સ સાઈરન્સ વગાડતી, બત્તીનો ઝબકારો મારતી, રસ્તાઓ કાપતી, ઝડપથી દોડતી હોસ્પિટલે પહોંચી.

Nita lay on the stretcher holding tight to Ma, while the ambulance raced through the streets – siren wailing, lights flashing – all the way to the hospital.

દરવાજા પાસે ચારેકોર લોકો હતાં. નિતાને બહુ ડર લાગતો હતો.

"અરેરે, તને શું થઈ ગયું?" એક માયાળુ નર્સે પૂછ્યું.

"મને કારની ટક્કર વાગી અને હવે મારો પગ ખરેખર બહુ જ દુ:ખે છે," નિતાએ આંસુ રોકતાં કહ્યું.

"ડોક્ટર તને તપાસી લેશે કે તરત જ તારો દુ:ખાવો ઓછો કરવા અમે તને દવા આપશું," તેણે કહ્યું. "હવે મારે તારું ટેમ્પરેચર માપવું છે અને તપાસવા માટે થોડું લોહી પણ લેવું પડશે. તને સોઈનો જરાક ચટકો વાગશે."

At the entrance there were people everywhere. Nita was feeling very scared.
"Oh dear, what's happened to you?" asked a friendly nurse.
"A car hit me and my leg really hurts," said Nita, blinking back the tears.
"We'll give you something for the pain, as soon as the doctor has had a look," he told her. "Now I've got to check your temperature and take some blood. You'll just feel a little jab."

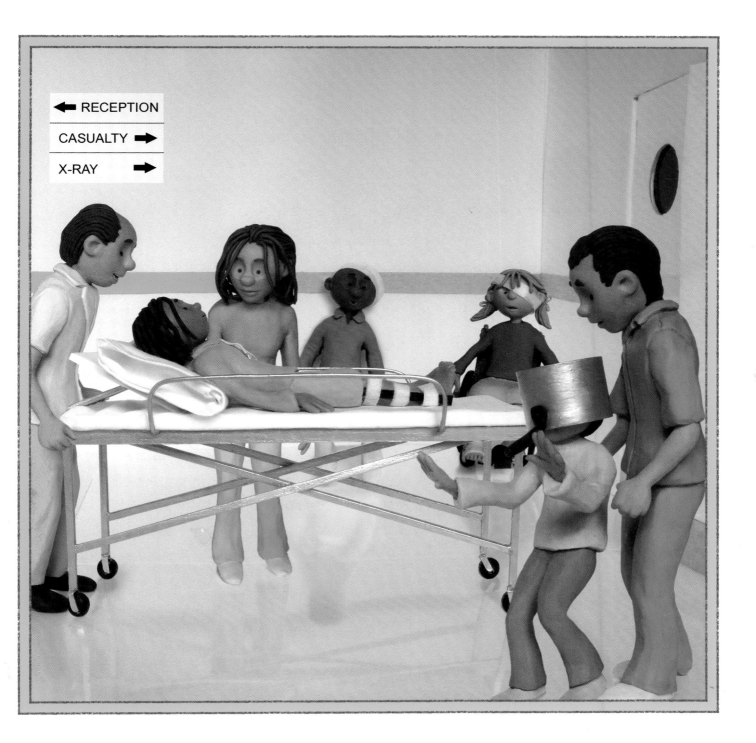

RECEPTION ⬅

CASUALTY ➡

X-RAY ➡

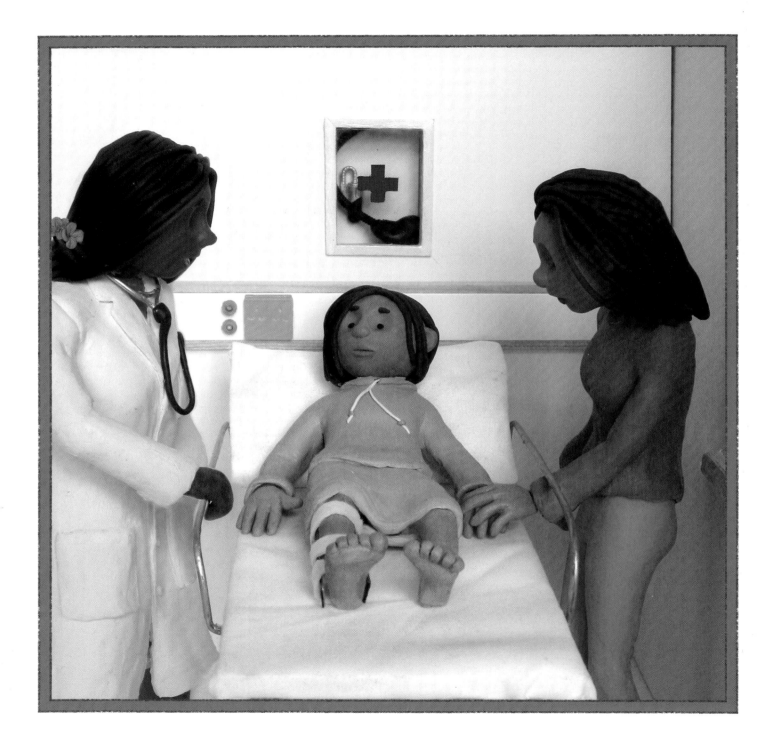

પછી ડોક્ટર આવ્યાં. "હલ્લો નિતા," તેમણે કહ્યું. "ઓઓહ, આવું શાથી થયું?"
"મને કારની ટક્કર વાગી. મારો પગ ખરેખર બહુ જ દુ:ખે છે," ડુસકાં ભરતાં
નિતા બોલી.
"દુ:ખાવો મટાડવા હું તને કંઈક આપીશ. હવે મને તારો પગ જોવા દે," ડોક્ટરે કહ્યું.
"હંઅઅ, પગ ભાંગ્યો હોય એવું લાગે છે. નક્કી કરવા માટે એક્સરે લેવો પડશે."

Next came the doctor. "Hello Nita," she said. "Ooh, how did that happen?"
"A car hit me. My leg really hurts," sobbed Nita.
"I'll give you something to stop the pain. Now let's have a look at your leg," said
the doctor. "Hmm, it seems broken. We'll need an x-ray to take a closer look."

એક માયાળુ પોર્ટર નિતાને સ્ટ્રેચર પર એક્સરે ડિપાર્ટમેન્ટમાં લઈ ગયો. ત્યાં ઘણાં બધાં લોકો વાટ જોતાં બેઠાં હતાં.

છેવટે નિતાનો વારો આવ્યો. "હલ્લો, નિતા," રેડિયોગ્રાફરે કહ્યું. "આ મશીનથી હું તારા પગની અંદરનો ફોટો લેવાની છું," એક મશીન તરફ આંગળી ચીંધતાં તેમણે કહ્યું. "ચિંતા ન કરતી, જરા પણ દુ:ખશે નહીં. હું એક્સરે લઉં ત્યાં સુધી તારે એકદમ સ્થિર રહેવાનું છે."

નિતાએ માથું ધુણાવ્યું.

A friendly porter wheeled Nita to the x-ray department where lots of people were waiting.

At last it was Nita's turn. "Hello Nita," said the radiographer. "I'm going to take a picture of the inside of your leg with this machine," she said pointing to the x-ray machine. "Don't worry, it won't hurt. You just have to keep very still while I take the x-ray."

Nita nodded.

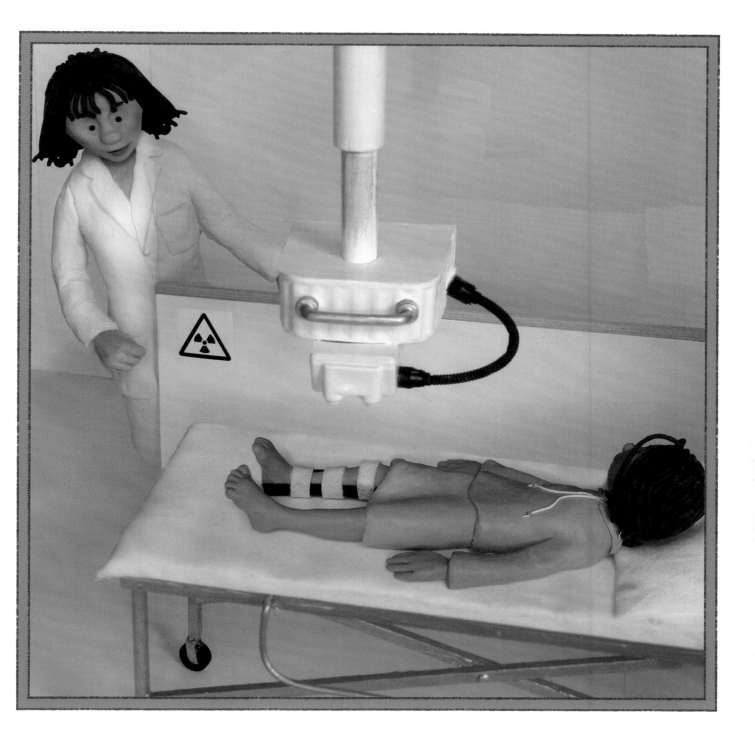

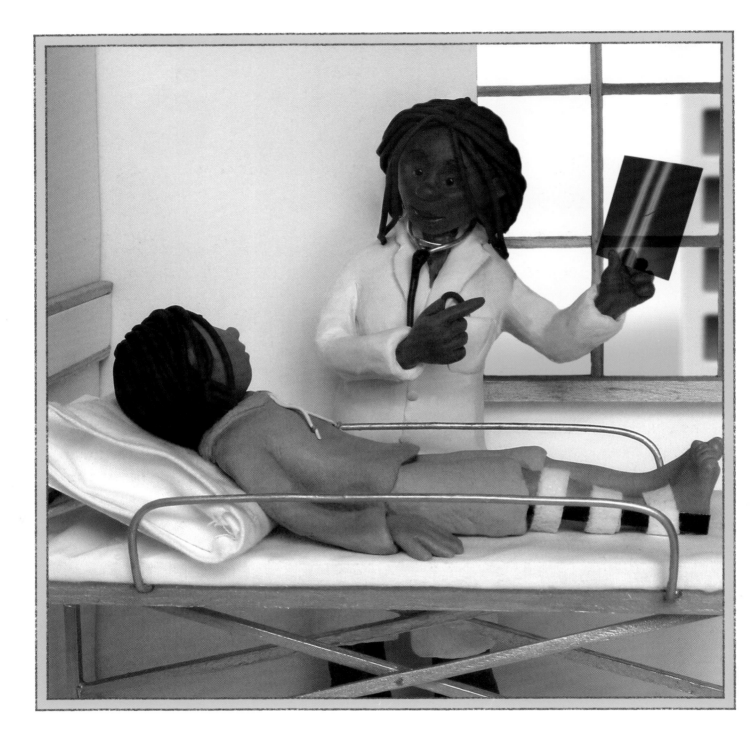

થોડી વાર પછી ડોક્ટર એક્સરે લઈને આવ્યાં. તેમણે એક્સરે ઊંચો પકડ્યો અને અને નિતાને એના પગની છેક અંદરનું હાડકું દેખાયું!
"મેં જે ધાર્યું હતું એ જ નીકળ્યું," ડોક્ટરે કહ્યું. "તારો પગ ભાંગ્યો છે. અમારે પહેલાં હાડકાને બરાબર બેસાડવું પડશે અને પછી તેના પર પ્લાસટર મારવું પડશે. એ હાડકાને તેની જગ્યાએ પકડી રાખશે જેથી તે બરાબર જોડાઈ જશે. પણ અત્યારે તો તારો પગ બહુ જ સોજી ગયો છે. તારે અહીં રાત રહેવું પડશે."

A little later the doctor came with the x-ray. She held it up and Nita could see the bone right inside her leg!
"It's as I thought," said the doctor. "Your leg is broken. We'll need to set it and then put on a cast. That'll hold it in place so that the bone can mend. But at the moment your leg is too swollen. You'll have to stay overnight."

પોર્ટર નિતાને સ્ટ્રેચર પર બાળકોના વોર્ડમાં લઈ ગયો. "હલ્લો નિતા. મારું નામ રોઝ છે અને હું તારી ખાસ નર્સ છું. હું તારી સંભાળ રાખીશ. તું ખરા સમયે આવી છો." નર્સે હસીને કહ્યું.

"કેમ?" નિતાએ પૂછ્યું.

"કારણ કે ડિનર ટાઈમ થયો છે. અમે તને ખાટલામાં ગોઠવી દઈએ પછી તને કંઈક ખાવાનું મળશે."

નર્સ રોઝે નિતાના પગની આજુબાજુ બરફ મૂક્યું અને તેને એક વધારાનું ઓશીકું આપ્યું, તેના માથા માટે નહીં... પણ તેના પગ માટે.

The porter wheeled Nita to the children's ward. "Hello Nita. My name's Rose and I'm your special nurse. I'll be looking after you. You've come just at the right time," she smiled.
"Why?" asked Nita.
"Because it's dinner time. We'll pop you into bed and then you can have some food."
Nurse Rose put some ice around Nita's leg and gave her an extra pillow, not for her head... but for her leg.

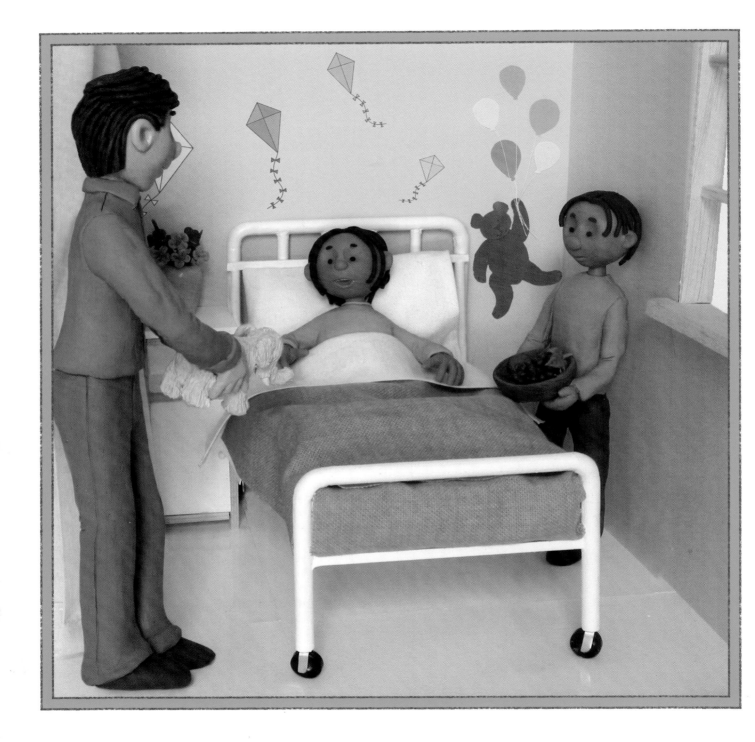

ડિનર પછી ડેડી અને જય આવ્યા. ડેડીએ તેને બાથમાં લઈ ખૂબ વહાલ કરી, તેને તેનું મનગમતું રમકડું આપ્યું.

"તારો પગ જોવા દે તો?" જયે કહ્યું. "અરરર! કેટલું ગંધારું છે. દુઃખે છે?"

"બહુ જ," નિતાએ કહ્યું, "પણ તેમણે મને દુઃખાવો મટાડવાની દવા આપી છે."

નર્સ રોઝે નિતાનું ટેમ્પરેચર ફરી માપ્યું. "ચાલો હવે, સૂવાનો સમય થયો છે," તેમણે કહ્યું.

"તારા ડેડી અને ભાઈને હવે જવું પડશે પણ મા અહીં રહી શકશે... આખી રાત."

After dinner Dad and Jay arrived. Dad gave her a big hug and her favourite toy.
"Let's see your leg?" asked Jay. "Ugh! It's horrible. Does it hurt?"
"Lots," said Nita, "but they gave me pain-killers."
Nurse Rose took Nita's temperature again. "Time to sleep now," she said.
"Dad and your brother will have to go but Ma can stay... all night."

બીજે દિવસે વહેલી સવારે નિતાનો પગ ડોક્ટરે તપાસ્યો. "ઘણો સુધારો થયેલો દેખાય છે," તેમણે કહ્યું. "મને લાગે છે કે હવે હાડકું બેસાડી શકાશે."

"એટલે શું?" નિતાએ પૂછ્યું.

"અમે તને ઘેનની દવા આપીને સુવાડી દઈશું. પછી હાડકાને તેની જગ્યાએ બરોબર બેસાડી તેને સજ્જડ પકડી રાખવા તેના પર પ્લાસ્ટર મારશું. ચિંતા ન કરીશ, તને ખબર પણ નહીં પડે," ડોક્ટરે કહ્યું.

Early next morning the doctor checked Nita's leg. "Well that looks much better," she said. "I think it's ready to be set."

"What does that mean?" asked Nita.

"We're going to give you an anaesthetic to make you sleep. Then we'll push the bone back in the right position and hold it in place with a cast. Don't worry, you won't feel a thing," said the doctor.

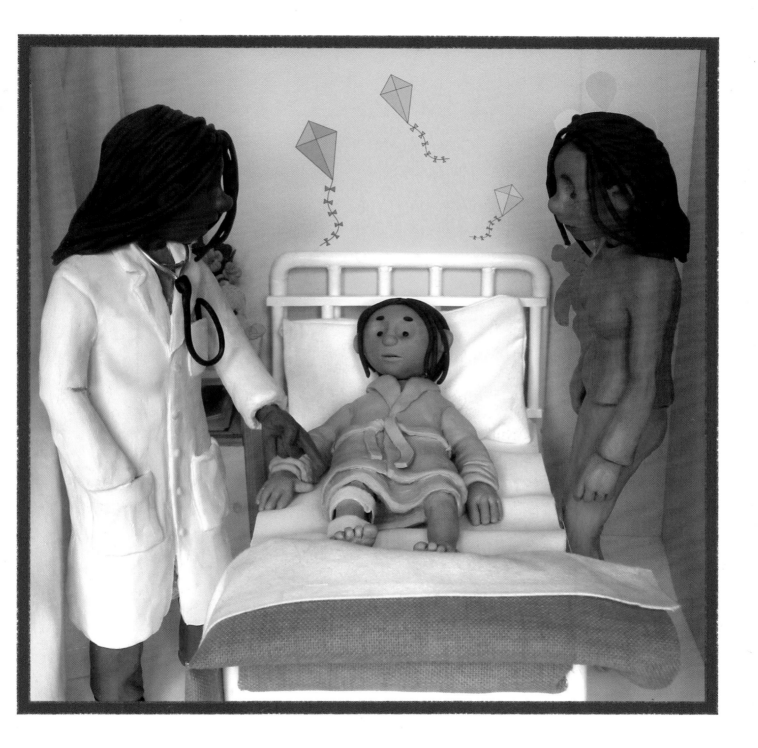

નિતાને થયું કે તે એક અઠવાડિયા સુધી સૂઈ રહી હતી. "હું કેટલો સમય ઊંઘી રહી હતી, મા?" તેણે પૂછ્યું.

"ફક્ત એક કલાક," માએ હસીને કહ્યું.

"હલ્લો નિતા," નર્સ રોઝે કહ્યું. "સારું થયું તું જાગી ગઈ છો. કેમ છે તારો પગ?"

"ઠીક છે, પણ તે ભારે અને અક્કડ થઈ ગયો લાગે છે," નિતાએ કહ્યું. "મને કંઈક ખાવા મળશે?"

"હા, પણ થોડીવારમાં લન્ચ ટાઈમ થશે," રોઝે કહ્યું.

Nita felt like she'd been asleep for a whole week. "How long have I been sleeping, Ma?" she asked.

"Only about an hour," smiled Ma.

"Hello Nita," said Nurse Rose. "Good to see you've woken up. How's the leg?"

"OK, but it feels so heavy and stiff," said Nita. "Can I have something to eat?"

"Yes, it'll be lunchtime soon," said Rose.

લન્ચ ટાઈમ સુધીમાં તો નિતાને ઘણું સારું લાગવા માંડ્યું હતું. નર્સ રોઝે તેને વ્હીલચેરમાં બેસાડી, જેથી તે બીજાં બાળકો પાસે જઈ શકે.

"તને શું થયું?" એક છોકરાએ પૂછ્યું.

"મારો પગ ભાંગ્યો છે," નિતાએ કહ્યું. "અને તને?"

"મારા કાનનું ઓપરેશન થયું છે," છોકરાએ કહ્યું.

By lunchtime Nita was feeling much better. Nurse Rose put her in a wheelchair so that she could join the other children.
"What happened to you?" asked a boy.
"Broke my leg," said Nita. "And you?"
"I had an operation on my ears," said the boy.

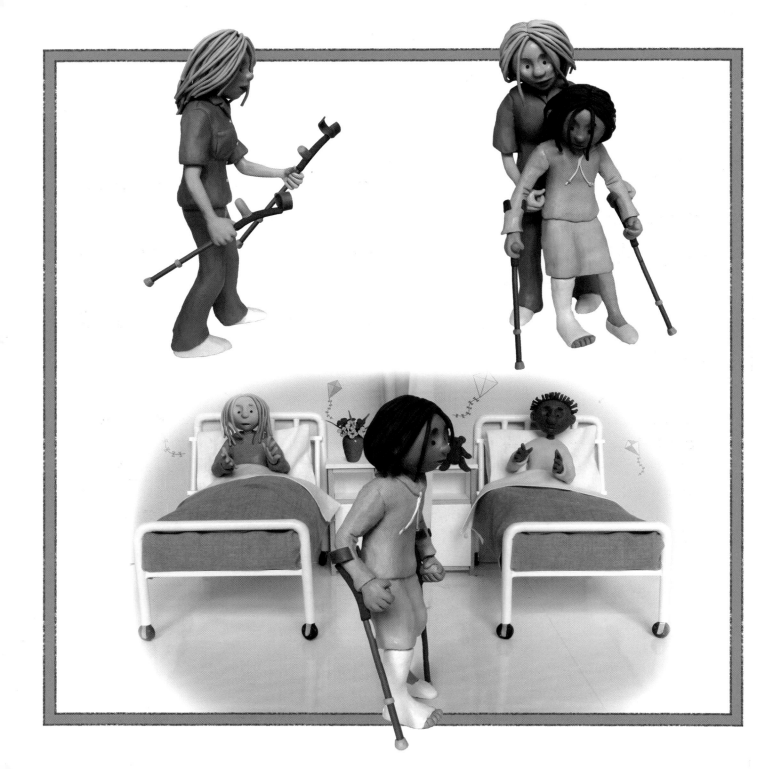

બપોરના ફિઝિયોથેરપીસ્ટ કાખઘોડી લઈને આવ્યાં. “નિતા, જો આ લે. આનાથી તને ચાલવામાં મદદ મળશે,” તેમણે કહ્યું.
લંગડાતી, ઢચુપચુ થતી, જાતને આગળ ધકેલતી અને ક્યાંક વળી ટેકો લેતી નિતા થોડી વારમાં તો વોર્ડમાં ફરવા લાગી.
“બહુ સરસ,” ફિઝિયોથેરપીસ્ટે શાબાશી આપી. “મને લાગે છે તું હવે ઘરે જવા માટે તૈયાર છો. તને તપાસવા હું ડોક્ટરને બોલાવી લાવું છું.”

In the afternoon the physiotherapist came with some crutches. “Here you are Nita. These will help you to get around,” she said.
Hobbling and wobbling, pushing and holding, Nita was soon walking around the ward.
“Well done,” said the physiotherapist. “I think you’re ready to go home. I’ll get the doctor to see you.”

તે સાંજે મા, ડેડી, જય અને રોકી નિતાને લેવા આવ્યાં.

"વાહ!" નિતાના પ્લાસ્ટરને જોઈ જય બોલ્યો. "હું તેના પર કંઈ દોરી શકું?"

"હમણાં નહીં! ઘરે જઈને," નિતાએ કહ્યું. કદાચ પ્લાસ્ટર હોવું ખરાબ તો નહોતું જ.

That evening Ma, Dad, Jay and Rocky came to collect Nita.
"Cool," said Jay seeing Nita's cast. "Can I draw on it?"
"Not now! When we get home," said Nita. Maybe having a
cast wasn't going to be so bad.